MW01285483

www.pinhok.com

Introduction

This Book

Are you looking for the quickest way to learn a language? Then this book is right for you. Most vocabulary books present you with an overwhelming amount of vocabularies and no clear guide on how to learn them. This book is different. It contains the 2000 most important words and phrases you will have to learn and orders them by importance so you learn the most commonly used words first.

This method of prioritising is well known in the language learning community. Does it make the learning process effortless? No, as with everything, effort is required, but this book strives to minimize the effort required to see results. By the time you get to vocabulary 500, for example, you are equipped with the words and phrases that let you get along in daily life. After finishing the whole 2000 vocabularies in the book, you are on the brink to fluency.

Pinhok Languages

Pinhok Languages strives to create language learning products that support learners around the world in their mission of learning a new language. In doing so, we combine best practice from various fields and industries to come up with innovative products and material.

The Pinhok Team hopes this book can help you with your learning process and gets you to your goal faster. Should you be interested in finding out more about us, please go to our website www.pinhok.com. For feedback, error reports, criticism or simply a quick "hi", please also go to our website and use the contact form.

Disclaimer of Liability

I	ég
you (singular)	þú
he	hann
she	hún
it	það
we	við
you (plural)	þið
they	þeir
what	hvað
who	hver
where	hvar
why	afhverju
how	hvernig
which	hvor
when	hvenær
then	þá
if	ef
really	í alvöru
but	en
because	af því
not	ekki
this	þetta
that	það
all	allt
or	eða

and	og
to know	að vita
to think	að hugsa
to come	að koma
to put	að setja
to take	að taka
to find	að finna
to listen	að hlusta
to work	að vinna
to talk	að tala
to give (somebody something)	að gefa
to like	að líka
to help	að hjálpa
to love	að elska
to call	að hringja
to wait	að bíða
0	núll
1	einn
2	tveir
3	þrír
4	fjórir
5	fimm
6	sex
7	sjö
8	átta

9	níu
10	tíu
11	ellefu
12	tólf
13	þrettán
14	fjórtán
15	fimmtán
16	sextán
17	sautján
18	átján
19	nítján
20	tuttugu
new	nýtt
old (not new)	gamalt
few	fáir
many	margir
wrong	rangt
correct	rétt
bad	vondur
good	góður
happy	hamingjusamur
short (length)	stuttur
long	langur
small	lítill
big	stór

there	þar
here	hér
right	hægri
left	vinstri
beautiful	fallegur
young	ungur
old (not young)	gamall
hello	halló
see you later	sé þig seinna
ok	allt í lagi
take care	farðu varlega
don't worry	ekki hafa áhyggjur
of course	auðvitað
good day	góðan dag
hi	hæ
bye bye	bæ bæ
good bye	bless
excuse me	afsakið
sorry	fyrirgefðu
thank you	þakka þér
please	vinsamlegast
I want this	ég vil þetta
now	núna
afternoon	eftirmiðdegi
morning (9:00-11:00)	morgun

night	nótt
morning (6:00-9:00)	morgun
evening	kvöld
noon	hádegi
midnight	miðnætti
hour	klukkustund
minute	mínúta
second (time)	sekúnda
day	dagur
week	vika
month	mánuður
year	ár
the day before yesterday	í fyrradag
yesterday	í gær
today	í dag
tomorrow	á morgun
the day after tomorrow	dagurinn eftir morgundaginn
Monday	Mánudagur
Tuesday	Þriðjudagur
Wednesday	Miðvikudagur
Thursday	Fimmtudagur
Friday	Föstudagur
Saturday	Laugardagur
Sunday	Sunnudagur
time	tími

date (time)	dagsetning
woman	kona
man	maður
love	ást
boyfriend	kærasti
girlfriend	kærasta
friend	vinur
kiss	koss
sex	kynlíf
child	barn
baby	lítið barn
girl	stelpa
boy	strákur
life	líf
mum	mamma
dad	pabbi
mother	móðir
father	faðir
parents	foreldrar
son	sonur
daughter	dóttir
little sister	litla systir
little brother	litli bróðir
big sister	stóra systir
big brother	stóri bróðir

to stand	að standa
to sit	að sitja
to lie	að liggja
to close	að loka
to open (e.g. a door)	að opna
to lose	að tapa
to win	að sigra
to die	að deyja
to live	að lifa
to turn on	að kveikja á
to turn off	að slökkva á
to kill	að drepa
to injure	að slasa
to turn around	að snúa við
to touch	að snerta
to watch	að horfa
to drink	að drekka
to eat	að borða
to walk	að ganga
to ask for	að biðja um
to meet	að hitta
to bet	að veðja
to kiss	að kyssa
to follow	að fylgja
to marry	að giftast

to answer	að svara
to ask	að spyrja
job	starf
money	peningar
business	viðskipti
company	fyrirtæki
telephone	sími
question	spurning
doctor	læknir
hospital	spítali
nurse	hjúkrunarfræðingur
policeman	lögreglumaður
office	skrifstofa
president (of a state)	forseti
white	hvítur
black	svartur
red	rauður
blue	blár
green	grænn
yellow	gulur
slow	hægt
quick	fljótt
funny	fyndið
unfair	óréttlátt
fair	réttlátt

difficult	erfitt
easy	auðvelt
rich	ríkur
poor	fátækur
strong	sterkur
weak	veikburða
safe (adjective)	öruggur
tired	þreyttur
proud	stoltur
full (from eating)	saddur
sick	veikur
healthy	heilbrigður
angry	reiður
low	lágur
high	hár
straight (line)	beinn
every	hver
always	alltaf
actually	reyndar
again	aftur
already	nú þegar
less	minna
most	mest
more	meira
none	ekkert

very	mjög
animal	dýr
pig	svín
cow	kýr
horse	hestur
dog	hundur
sheep	kind
monkey	api
cat	köttur
bear	björn
chicken (animal)	kjúklingur
duck	önd
butterfly	fiðrildi
bee	býfluga
fish (animal)	fiskur
spider	könguló
snake	snákur
outside	úti
inside	inni
far	langt
close	nálægt
below	fyrir neðan
above	fyrir ofan
beside	við hliðina á
front	framan

back (position)	aftan
sweet	sætur
sour	súr
strange	skrýtinn
soft	mjúkt
hard	hart
cute	sætur
stupid	heimskur
crazy	brjálaður
busy	upptekinn
tough	sterkur
tall	hávaxinn
short (height)	lágvaxinn
worried	áhyggjufullur
surprised	hissa
cool	töff
well-behaved	prúður
evil	vond
clever	snjall
cold (adjective)	kaldur
hot (temperature)	heitur
head	höfuð
nose	nef
hair	hár
mouth	munnur

ear	eyra
eye	auga
hand	hönd
foot	fótur
heart	hjarta
brain	heili
to pull (... open)	að toga
to push (... open)	að ýta
to press (a button)	að ýta
to push (e.g. a car)	að ýta
to pull (e.g. a car)	að toga
to hit	að slá
to catch	að grípa
to fight	að berjast
to throw	að kasta
to run	að hlaupa
to read	að lesa
to write	að skrifa
to fix	að viðgerð
to count	að telja
to cut	að klippa
to save (computer)	að vista
to sell	að selja
to buy	að kaupa
to pay	að borga

to study	að læra
to dream	að dreyma
to sleep	að sofa
to play	að spila
to celebrate	að fagna
to rest	að hvíla
to enjoy	að njóta
to clean	að þrífa
school	skóli
house	hús
person	persóna
car	bíll
home	heimili
city	borg
door	hurð
husband	eiginmaður
wife	eiginkona
wedding	brúðkaup
number	tölur
21	tuttugu og einn
22	tuttugu og tveir
26	tuttugu og sex
30	þrjátíu
31	þrjátíu og einn
33	þrjátíu og þrír

37	þrjátíu og sjö
40	fjörutíu
41	fjörutíu og einn
44	fjörutíu og fjórir
48	fjörutíu og átta
50	fimmtíu
51	fimmtíu og einn
55	fimmtíu og fimm
59	fimmtíu og níu
60	sextíu
61	sextíu og einn
62	sextíu og tveir
66	sextíu og sex
70	sjötíu
71	sjötíu og einn
73	sjötíu og þrír
77	sjötíu og sjö
80	áttatíu
81	áttatíu og einn
84	áttatíu og fjórir
88	áttatíu og átta
90	níutíu
91	níutíu og einn
95	níutíu og fimm
99	níutíu og níu

100	eitt hundrað
1000	eitt þúsund
10.000	tíu þúsund
100.000	eitt hundrað þúsund
1.000.000	ein milljón
my dog	hundurinn minn
your cat	kötturinn þinn
her dress	kjóllinn hennar
his car	bíllinn hans
its ball	bolti þess
our home	heimili okkar
your team	liðið þitt
their company	fyrirtæki þeirra
everybody	allir
together	saman
other	annað
doesn't matter	skiptir ekki máli
cheers	skál
relax	slakaðu á
I agree	ég er sammála
welcome	velkominn
no worries	engar áhyggjur
turn right	beygðu til hægri
turn left	beygðu til vinstri
go straight	farðu beint

Come with me	komdu með mér
egg	egg
cheese	ostur
milk	mjólk
fish (to eat)	fiskur
meat	kjöt
bone (food)	bein
vegetable	grænmeti
fruit	ávöxtur
oil	olía
bread	brauð
sugar	sykur
chocolate	súkkulaði
candy	nammi
cake	kaka
drink	drykkur
water	vatn
soda	sódavatn
coffee	kaffi
tea	te
beer	bjór
wine	vín
salad	salat
soup	súpa
dessert	eftirréttur

breakfast	morgunverður
lunch	hádegisverður
dinner	kvöldverður
pizza	flatbaka
bus	strætó
train	lest
train station	lestarstöð
bus stop	strætóstoppistöð
plane	flugvél
ship	skip
lorry	vörubíll
bicycle	reiðhjól
motorcycle	mótorhjól
taxi	leigubíll
traffic light	umferðarljós
car park	bílastæði
road	vegur
clothing	föt
shoe	skór
coat	kápa
sweater	peysa
shirt	skyrta
jacket	jakki
suit	jakkaföt
trousers	buxur

426 - 450

dress	kjóll
T-shirt	stuttermabolur
sock	sokkur
bra	brjóstahaldari
underpants	nærbuxur
glasses	gleraugu
handbag	handtaska
purse	veski
wallet	seðlaveski
ring	hringur
hat	hattur
watch	úr
pocket	vasi
What's your name?	Hvað heitirðu?
My name is David	Ég heiti David
I'm 22 years old	Ég er 22 ára gamall
I like you	Mér líkar vel við þig
Do you love me?	Elskar þú mig?
I love you	Ég elska þig
I know	Ég veit
How much is this?	Hversu mikið er þetta?
Sorry, I'm a little late	Afsakaðu, ég er seinn
I don't know	Ég veit ekki
How are you?	Hvernig hefurðu það?
Are you ok?	Er allt í lagi með þig?

I want more	Ég vil meira
how much?	Hversu mikið?
how many?	Hversu margir?
I don't like this	Mér líkar þetta ekki
Can you help me?	Getur þú hjálpað mér?
Where is the toilet?	Hvar er klósettið?
I miss you	Ég sakna þín
spring	vor
summer	sumar
autumn	haust
winter	vetur
January	Janúar
February	Febrúar
March	Mars
April	Apríl
May	Maí
June	Júní
July	Júlí
August	Ágúst
September	September
October	Oktober
November	Nóvember
December	Desember
shopping	innkaup
bill	reikningur

market	markaður
supermarket	matvöruverslun
building	bygging
apartment	íbúð
university	háskóli
farm	bóndabær
church	kirkja
restaurant	veitingastaður
bar	bar
gym	ræktin
park	garður
toilet (public)	klósett
map	kort
ambulance	sjúkrabíll
police	lögregla
gun	byssa
firefighters	slökkviliðsmenn
country	land
suburb	úthverfi
village	þorp
health	heilsa
medicine	læknisfræði
accident	slys
patient	sjúklingur
surgery	aðgerð

pill	pilla
fever	hiti
cold (sickness)	kvef
wound	sár
appointment	pantaður tími
sniffles	kvef
cough	hósti
neck	háls
bottom	rass
shoulder	öxl
knee	hné
leg	fótleggur
arm	handleggur
belly	kviður
bosom	brjóst
back (part of body)	bak
tooth	tönn
tongue	tunga
lip	vör
finger	fingur
toe	tá
stomach	magi
lung	lunga
liver	lifur
nerve	taug

kidney	nýra
intestine	görn
colour	litur
orange (colour)	appelsínugulur
grey	grár
brown	brúnn
pink	bleikur
boring	leiðinlegt
heavy	þungt
light (weight)	létt
lonely	einmana
hungry	svangur
thirsty	þyrstur
sad	dapur
steep	brattur
flat	flatur
round	kringlóttur
square (adjective)	ferhyrndur
narrow	þröngur
broad	breiður
deep	djúpur
shallow	grunnur
huge	risastór
north	norður
east	austur

south	suður
west	vestur
dirty	skítugur
clean	hreinn
full (not empty)	fullt
empty	tómt
expensive	dýrt
cheap	ódýrt
dark	dökkt
light (colour)	ljóst
sexy	kynþokkafullur
lazy	latur
brave	hugrakkur
generous	örlátur
handsome	myndarlegur
ugly	ljótur
silly	kjánalegur
friendly	vinalegur
guilty	sekur
blind	blindur
drunk	drukkinn
wild	villtur
calm	rólegur
wet	blautur
dry	þurr

warm	varmur
loud	hávær
quiet	þögull
silent	hljóðlátur
kitchen	eldhús
bathroom	baðherbergi
living room	stofa
bedroom	svefnherbergi
garden	garður
garage	bílskúr
wall	veggur
basement	kjallari
toilet (at home)	klósett
stairs	stigi
roof	þak
window (building)	gluggi
knife	hnífur
cup (for hot drinks)	bolli
glass	glas
plate	diskur
cup (for cold drinks)	bolli
garbage bin	ruslafata
bowl	skál
TV set	sjónvarpstæki
desk	skrifborð

bed	rúm
mirror	spegill
shower	sturta
sofa	sófi
picture	ljósmynd
clock	klukka
table	borð
chair	stóll
swimming pool (garden)	sundlaug
bell	bjalla
neighbour	nágranni
to fail	að mistakast
to choose	að velja
to shoot	að skjóta
to vote	að kjósa
to fall	að detta
to defend	að verja
to attack	að ráðast á
to steal	að stela
to burn	að brenna
to rescue	að bjarga
to smoke	að reykja
to fly	að fljúga
to carry	að bera
to spit	að hrækja

to kick	að sparka
to bite	að bíta
to breathe	að anda
to smell	að lykta
to cry	að gráta
to sing	að syngja
to smile	að brosa
to laugh	að hlæja
to grow	að vaxa
to shrink	að skreppa saman
to argue	að rífast
to threaten	að ógna
to share	að deila
to feed	að fæða
to hide	að fela
to connect	að tengja
to warn	að vara við
to swim	að synda
to jump	að hoppa
to roll	að rúlla
to knock	að banka
to lift	að lyfta
to dig	að grafa
to copy	að afrita
to delete	að eyða

to cancel	að hætta við
to deliver	að afhenda
to edit	að breyta
to look for	að leita að
to practice	að æfa
to load	að hlaða
to travel	að ferðast
to paint	að mála
to take a shower	að fara í sturtu
to open (unlock)	að opna
to lock	að læsa
to wash	að þvo
to pray	að biðja
to cook	að elda
book	bók
library	bókasafn
homework	heimavinna
exam	próf
lesson	kennslustund
science	vísindi
history	saga
art	list
English	Enska
French	Franska
pen	penni

pencil	blýantur
3%	þrjú prósent
first	fyrsti
second (2nd)	annar
third	þriðji
fourth	fjórði
result	útkoma
square (shape)	ferningur
circle	hringur
area	svæði
research	rannsókn
degree	gráða
bachelor	bakkalár
master	master
x < y	x er minna en y
x > y	x er stærra en y
stress	streita
insurance	trygging
staff	starfsfólk
department	deild
salary	laun
address	heimilisfang
letter (post)	bréf
captain	skipstjóri
detective	einkaspæjari

pilot	flugmaður
professor	prófessor
teacher	kennari
lawyer	lögfræðingur
secretary	ritari
assistant	aðstoðarmaður
judge	dómari
director	forstjóri
manager	yfirmaður
cook	kokkur
taxi driver	leigubílstjóri
bus driver	rútubílstjóri
criminal	glæpamaður
model	fyrirsæta
artist	listamaður
telephone number	símanúmer
signal (of phone)	merki
app	app
chat	spjall
file	skjal
url	vefslóð
e-mail address	netfang
website	vefsíða
e-mail	tölvupóstur
mobile phone	farsími

law	lög
prison	fangelsi
evidence	sönnunargagn
fine	sekt
witness	vitni
court	dómstóll
signature	undirskrift
loss	tap
profit	hagnaður
customer	viðskiptavinur
amount	upphæð
credit card	greiðslukort
password	lykilorð
cash machine	hraðbanki
swimming pool (competition)	sundlaug
power	rafmagn
camera	myndavél
radio	útvarp
present (gift)	gjöf
bottle	flaska
bag	poki
key	lykill
doll	dúkka
angel	engill
comb	greiða

toothpaste	tannkrem
toothbrush	tannbursti
shampoo	sjampó
cream (pharmaceutical)	krem
tissue	tissjú
lipstick	varalitur
TV	sjónvarp
cinema	bíó
news	fréttir
seat	sæti
ticket	miði
screen (cinema)	kvikmyndatjald
music	tónlist
stage	svið
audience	áhorfendur
painting	málverk
joke	brandari
article	grein
newspaper	dagblað
magazine	tímarit
advertisement	auglýsing
nature	náttúra
ash	aska
fire (general)	eldur
diamond	demantur

moon	tungl
earth	jörð
sun	sól
star	stjarna
planet	pláneta
universe	alheimur
coast	strandlengja
lake	stöðuvatn
forest	skógur
desert (dry place)	eyðimörk
hill	hæð
rock (stone)	klettur
river	á
valley	dalur
mountain	fjall
island	eyja
ocean	haf
sea	sjór
weather	veður
ice	ís
snow	snjór
storm	stormur
rain	rigning
wind	vindur
tree	tré

plant	planta
grass	gras
rose	rós
flower	blóm
gas	gas
metal	málmur
gold	gull
silver	silfur
holiday	frí
member	meðlimur
hotel	hótel
beach	strönd
guest	gestur
birthday	afmæli
Christmas	Jól
New Year	nýtt ár
Easter	Páskar
uncle	frændi
aunt	frænka
grandmother (paternal)	amma
grandfather (paternal)	afi
grandmother (maternal)	amma
grandfather (maternal)	afi
death	dauði
grave	gröf

divorce	skilnaður
bride	brúður
groom	brúðgumi
101	hundrað og einn
105	hundrað og fimm
110	hundrað og tíu
151	hundrað fimmtíu og einn
200	tvö hundruð
202	tvö hundruð og tveir
206	tvö hundruð og sex
220	tvö hundruð og tuttugu
262	tvö hundruð sextíu og tveir
300	þrjú hundruð
303	þrjú hundruð og þrír
307	þrjú hundruð og sjö
330	þrjú hundruð og þrjátíu
373	þrjú hundruð sjötíu og þrír
400	fjögur hundruð
404	fjögur hundruð og fjórir
408	fjögur hundruð og átta
440	fjögur hundruð og fjörutíu
484	fjögur hundruð áttatíu og fjórir
500	fimm hundruð
505	fimm hundruð og fimm
509	fimm hundruð og níu

550	fimm hundruð og fimmtíu
595	fimm hundruð níutíu og fimm
600	sex hundruð
601	sex hundruð og einn
606	sex hundruð og sex
616	sex hundruð og sextán
660	sex hundruð og sextíu
700	sjö hundruð
702	sjö hundruð og tveir
707	sjö hundruð og sjö
727	sjö hundruð tuttugu og sjö
770	sjö hundruð og sjötíu
800	átta hundruð
803	átta hundruð og þrír
808	átta hundruð og átta
838	átta hundruð þrjátíu og átta
880	átta hundruð og áttatíu
900	níu hundruð
904	níu hundruð og fjórir
909	níu hundruð og níu
949	níu hundruð fjörutíu og níu
990	níu hundruð og níutíu
tiger	tígrisdýr
mouse (animal)	mús
rat	rotta

rabbit	kanína
lion	ljón
donkey	asni
elephant	fíll
bird	fugl
cockerel	hani
pigeon	dúfa
goose	gæs
insect	skordýr
bug	padda
mosquito	moskító
fly	fluga
ant	maur
whale	hvalur
shark	hákarl
dolphin	höfrungur
snail	snigill
frog	froskur
often	oft
immediately	strax
suddenly	skyndilega
although	þó að
Miss, can I help you?	Ungfrú, get ég hjálpað þér?
Madame, can I help you?	Frú, get ég hjálpað þér?
Sir, how can I help you?	Herra, hvernig get ég hjálpað þér?

Do you have a phone?	Ertu með síma?
My telephone number is one four three two eight seven five four three	Símanúmerið mitt er einn fjórir þrír tveir átta sjö fimm fjórir þrír
I don't understand	Ég skil ekki
My email address is david at pinhok dot com	Netfangið mitt er david hjá pinhok punktur com
I'm David, nice to meet you	Ég er David, gaman að kynnast þér
Let's watch a film	Horfum á kvikmynd
This is my girlfriend Anna	Þetta er kærastan mín Anna
This is difficult	Þetta er erfitt
This is quite expensive	Þetta er frekar dýrt
You definitely have to come	Þú verður að koma
Usually I don't eat fish	Venjulega borða ég ekki fisk
First do this, then do that	Gerðu þetta fyrst, svo þetta
If you do this, I will do that	Ef þú gerir þetta, mun ég gera það
I need this	Ég þarf þetta
I want to go to the cinema	Ég vil fara í kvikmyndahúsið
I have a dog	Ég á hund
Tomorrow is Saturday	Á morgun er laugardagur
Let's meet at the train station	Hittumst á lestarstöðinni
I hope the train arrives on time	Ég vona að lestin komi tímanlega
Let's go home	Förum heim
I want a cold coke	Mig langar í kalda kók
Gold is more expensive than silver	Gull er dýrara en silfur
Silver is cheaper than gold	Silfur er ódýrara en gull
They are all the same	Þeir eru allir eins
I am looking forward to seeing you	Ég hlakka til að sjá þig

I love you, but I won't marry you	Ég elska þig, en ég ætla ekki að giftast þér
I like you because you are pretty	Mér líkar vel við þig af því að þú ert falleg
According to this, we should do that	Samkvæmt þessu, ættum við að gera þetta
Except for this, I like them all	Fyrir utan þetta, líkar mér vel við þá alla
I think we should do it like this	Ég held að við ættum að gera þetta svona
Although he is good at maths, he failed the test	Þó hann sé góður í stærðfræði, féll hann á prófinu
gymnastics	fimleikar
tennis	tennis
running	hlaup
cycling	hjólreiðar
golf	golf
ice skating	skautar
football	fótbolti
basketball	körfubolti
swimming	sund
diving (under the water)	köfun
hiking	fjallaganga
Europe	Evrópa
Asia	Asía
America	Ameríka
Africa	Afríka
United Kingdom	Bretland
Spain	Spánn
Switzerland	Sviss
Italy	Ítalía

France	Frakkland
Germany	Þýskaland
Thailand	Taíland
Singapore	Singapúr
Russia	Rússland
Japan	Japan
Israel	Ísrael
India	Indland
China	Kína
The United States of America	Bandaríkin
Mexico	Mexíkó
Canada	Kanada
Chile	Chile
Brazil	Brasilía
Argentina	Argentína
South Africa	Suður-Afríka
Nigeria	Nígería
Morocco	Marokkó
Libya	Líbía
Kenya	Kenía
Algeria	Alsír
Egypt	Egyptaland
New Zealand	Nýja Sjáland
Australia	Ástralía
quarter of an hour	kortér

half an hour	hálftími
three quarters of an hour	þrjú kortér
1:00	klukkan eitt
2:05	fimm mínútur yfir tvö
3:10	tíu mínútur yfir þrjú
4:15	kortér yfir fjögur
5:20	tuttugu mínútur yfir fimm
6:25	tuttugu og fimm mínútur yfir sex
7:30	hálfátta
8:35	tuttugu og fimm mínútur í níu
9:40	tuttugu mínútur í tíu
10:45	kortér í ellefu
11:50	tíu mínútur í tólf
12:55	fimm mínútur í eitt
one o'clock in the morning	eitt að morgni
two o'clock in the afternoon	tvö um eftirmiðdag
last week	síðasta vika
this week	þessi vika
next week	næsta vika
last year	síðasta ár
this year	þetta ár
next year	næsta ár
last month	síðasti mánuður
this month	þessi mánuður
next month	næsti mánuður

2014-01-01	fyrsti janúar tvö þúsund og fjórtán
2003-02-25	tuttugasti og fimmti febrúar tvö þúsund og þrjú
1988-04-12	tólfti apríl nítján hundruð áttatíu og átta
1899-10-13	þrettándi október átján hundruð níutíu og níu
1907-09-30	þrítugasti september nítján hundruð og sjö
2000-12-12	tólfti desember tvö þúsund
forehead	enni
wrinkle	hrukka
chin	haka
cheek	kinn
beard	skegg
eyelashes	augnhár
eyebrow	augabrún
waist	mitti
nape	hnakki
chest	brjóstkassi
thumb	þumall
little finger	litlifingur
ring finger	baugfingur
middle finger	langatöng
index finger	vísifingur
wrist	úlnliður
fingernail	fingurnögl
heel	hæll
spine	hryggur

muscle	vöðvi
bone (part of body)	bein
skeleton	beinagrind
rib	rifbein
vertebra	hryggjarliðir
bladder	þvagblaðra
vein	æð
artery	slagæð
vagina	leggöng
sperm	sæði
penis	typpi
testicle	eista
juicy	safaríkur
hot (spicy)	sterkur
salty	saltur
raw	hrár
boiled	soðið
shy	feiminn
greedy	gráðugur
strict	strangur
deaf	heyrnarlaus
mute	mállaus
chubby	feitur
skinny	horaður
plump	þybbinn

slim	grannur
sunny	sólríkur
rainy	rigning
foggy	þoka
cloudy	skýjað
windy	vindasamur
panda	pandabjörn
goat	geit
polar bear	ísbjörn
wolf	úlfur
rhino	nashyrningur
koala	kóalabjörn
kangaroo	kengúra
camel	kameldýr
hamster	hamstur
giraffe	gíraffi
fox	refur
bat	leðurblaka
deer	dádýr
swan	svanur
seagull	mávur
owl	ugla
eagle	örn
raven	hrafn
penguin	mörgæs

parrot	páfagaukur
moth	mölfluga
caterpillar	lirfa
dragonfly	drekafluga
grasshopper	engispretta
squid	smokkfiskur
octopus	kolkrabbi
turtle	skjaldbaka
shell	skel
seal	selur
jellyfish	marglytta
crab	krabbi
dinosaur	risaeðla
tortoise	skjaldbaka
crocodile	krókódíll
marathon	maraþon
triathlon	þríþraut
table tennis	borðtennis
weightlifting	lyftingar
boxing	hnefaleikar
badminton	badminton
figure skating	listskautar
snowboarding	snjóbretti
skiing	skíði
ice hockey	íshokkí

volleyball	blak
rugby	ruðningur
cricket	krikket
baseball	hafnabolti
American football	Amerískur fótbolti
water polo	sundknattleikur
surfing	brimbrettabrun
sailing	siglingar
rowing	róður
car racing	kappakstur
motorcycle racing	mótorhjóla kappakstur
yoga	jóga
dancing	dans
skateboarding	hjólabretti
chess	skák
poker	póker
climbing	klifur
bowling	keila
billiards	billjard
ballet	ballett
warm-up	upphitun
stretching	teygjur
sit-ups	magaæfingar
push-up	armbeygjur
sauna	gufa

1001	eitt þúsund og einn
1012	eitt þúsund og tólf
1234	eitt þúsund tvö hundruð þrjátíu og fjórir
2000	tvö þúsund
2002	tvö þúsund og tveir
2023	tvö þúsund tuttugu og þrír
2345	tvö þúsund þrjú hundruð fjörutíu og fimm
3000	þrjú þúsund
3003	þrjú þúsund og þrír
4000	fjögur þúsund
4045	fjögur þúsund fjörutíu og fimm
5000	fimm þúsund
5678	fimm þúsund sex hundruð sjötíu og átta
6000	sex þúsund
7000	sjö þúsund
7890	sjö þúsund átta hundruð og níutíu
8000	átta þúsund
8901	átta þúsund níu hundruð og einn
9000	níu þúsund
9090	níu þúsund og níutíu
10.001	tíu þúsund og einn
20.020	tuttugu þúsund og tuttugu
30.300	þrjátíu þúsund og þrjú hundruð
44.000	fjörutíu og fjögur þúsund
10.000.000	tíu milljónir

100.000.000	eitt hundrað milljónir
1.000.000.000	ein milljarður
10.000.000.000	tíu milljarðar
100.000.000.000	eitt hundrað milljarðar
1.000.000.000.000	ein billjón
to flow	að flæða
to gamble	að veðja
to pause	að staldra við
to gain weight	að þyngjast
to lose weight	að léttast
to vomit	að æla
to shout	að öskra
to stare	að stara
to faint	að líða yfir
to swallow	að kyngja
to shiver	að skjálfa
to give (a present)	að gefa
to give a massage	að gefa nudd
to climb	að klifra
to photocopy	að ljósrita
to quote	að vitna í
to print	að prenta
to scan	að skanna
to calculate	að reikna
to earn	að vinna sér inn

to measure	að mæla
to be on strike	að fara í verkfall
to wipe	að þurrka af
to vacuum	að ryksuga
to mop up	að skúra
to dry	að þurrka
to boil	að sjóða
to fry	að steikja
elevator	lyfta
balcony	svalir
floor	gólf
attic	háaloft
front door	útidyrahurð
corridor	gangur
second basement floor	önnur kjallarahæð
first basement floor	fyrsta kjallarahæð
ground floor	jarðhæð
first floor	fyrsta hæð
fifth floor	fimmta hæð
chimney	skorsteinn
fan	vifta
air conditioner	loftkæling
vacuum cleaner	ryksuga
hairdryer	hárþurrka
kettle	ketill

dishwasher	uppþvottavél
cooker	eldavél
oven	ofn
microwave	örbylgjuofn
fridge	ísskápur
washing machine	þvottavél
heating	upphitun
sponge	svampur
wooden spoon	trésleif
detergent	þvottaefni
chopstick	matarprjónn
cutlery	hnífapör
spoon	skeið
fork	gaffall
ladle	ausa
pot	pottur
pan	panna
light bulb	ljósapera
alarm clock	vekjaraklukka
safe (for money)	peningaskápur
clothes hanger	herðatré
bookshelf	bókaskápur
curtain	gardína
bed linen	rúmföt
mattress	dýna

pillow	koddi
blanket	sæng
shelf	hilla
drawer	skúffa
wardrobe	fataskápur
bucket	fata
broom	sópur
washing powder	þvottaduft
scale	vigt
laundry basket	þvottakarfa
bathtub	baðker
bath towel	baðhandklæði
ventilation	loftræsting
soap	sápa
toilet paper	klósettpappír
drain	niðurfall
towel	handklæði
basin	vaskur
hat stand	fatastandur
stool	barstóll
light switch	ljósrofi
calendar	dagatal
power outlet	innstunga
carpet	gólfteppi
saw	sög

ladder	stigi
hose	slanga
shovel	skófla
shed	skúr
pond	tjörn
mailbox (for letters)	póstkassi
fence	girðing
deck chair	sólstóll
ice cream	ís
cream (food)	rjómi
butter	smjör
yoghurt	jógúrt
fishbone	fiskibein
tuna	túnfiskur
salmon	lax
lean meat	magurt kjöt
fat meat	feitt kjöt
ham	skinka
bacon	beikon
steak	steik
sausage	pylsa
turkey	kalkúnn
chicken (meat)	kjúklingur
beef	nautakjöt
pork	svínakjöt

lamb	lambakjöt
pumpkin	grasker
mushroom	sveppur
garlic	hvítlaukur
leek	blaðlaukur
ginger	engifer
aubergine	eggaldin
carrot	gulrót
cucumber	gúrka
chili	chili
pepper (vegetable)	paprika
onion	laukur
potato	kartafla
cauliflower	blómkál
cabbage	hvítkál
broccoli	spergilkál
lettuce	kál
spinach	spínat
bamboo (food)	bambus
corn	korn
pea	gráerta
bean	baun
pear	pera
apple	epli
peel	hýði

pit	steinn
olive	ólífa
date (food)	daðla
coconut	kókoshneta
almond	mandla
peanut	jarðhneta
banana	banani
mango	mangó
kiwi	kíví
avocado	lárpera
pineapple	ananas
water melon	vatnsmelóna
grape	vínber
sugar melon	hunangsmelóna
raspberry	hindber
blueberry	bláber
strawberry	jarðarber
cherry	kirsuber
plum	plóma
apricot	apríkósa
peach	ferskja
lemon	sítróna
orange (food)	appelsína
tomato	tómatur
mint	mynta

cinnamon	kanill
vanilla	vanilla
salt	salt
pepper (spice)	pipar
curry	karrí
tobacco	tóbak
tofu	tófú
vinegar	edik
noodle	núðla
soy milk	sojamjólk
flour	hveiti
rice	hrísgrjón
oat	hafrar
wheat	hveiti
soy	soja
nut	hneta
scrambled eggs	hrærð egg
porridge	hafragrautur
cereal	morgunkorn
honey	hunang
jam	sulta
chewing gum	tyggjó
apple pie	eplabaka
waffle	vaffla
pancake	pönnukaka

cookie	smákaka
pudding	búðingur
muffin	bollakaka
doughnut	kleinuhringur
energy drink	orkudrykkur
apple juice	eplasafi
milkshake	mjólkurhristingur
coke	kók
lemonade	límonaði
hot chocolate	kakó
milk tea	mjólkurte
green tea	grænt te
black tea	svart te
tap water	kranavatn
schnapps	tár
cocktail	kokteill
champagne	kampavín
rum	romm
whiskey	viskí
vodka	vodka
buffet	hlaðborð
tip	þjórfé
menu	matseðill
takeaway	takeaway
seafood	sjávarfang

snack	snarl
side dish	aukaréttur
spaghetti	spagettí
roast chicken	steiktur kjúklingur
sushi	sushi
popcorn	poppkorn
chips	kartöfluflögur
French fries	franskar kartöflur
mayonnaise	majónes
tomato sauce	tómatsósa
sandwich	samloka
hot dog	pylsa
burger	borgari
booking	bókun
hostel	farfuglaheimili
visa	vegabréfsáritun
passport	vegabréf
diary	dagbók
postcard	póstkort
backpack	bakpoki
campfire	varðeldur
sleeping bag	svefnpoki
tent	tjald
camping	útilega
membership	aðild

reservation	pöntun
dorm room	heimavistarherbergi
twin room	tveggja manna herbergi
double room	hjónaherbergi
single room	eins manns herbergi
luggage	farangur
lobby	móttaka
decade	áratugur
century	öld
millennium	árþúsund
Thanksgiving	Þakkargjörðarhátíð
Halloween	Hrekkjavaka
Ramadan	Ramadan
grandparents	afi og amma
grandchild	barnabarn
siblings	systkini
mother-in-law	tengdamóðir
father-in-law	tengdafaðir
granddaughter	barnabarn
grandson	barnabarn
son-in-law	tengdasonur
daughter-in-law	tengdadóttir
nephew	frændi
niece	frænka
cousin (female)	frænka

cousin (male)	frændi
cemetery	kirkjugarður
gender	kyn
urn	duftker
corpse	lík
coffin	líkkista
retirement	starfslok
funeral	jarðarför
honeymoon	brúðkaupsferð
wedding ring	giftingarhringur
lovesickness	ástsýki
vocational training	starfsþjálfun
high school	framhaldsskóli
junior school	grunnskóli
twins	tvíburar
primary school	grunnskóli
kindergarten	leikskóli
birth	fæðing
hand brake	handbremsa
battery	rafgeymir
motor	vél
GPS	GPS
airbag	loftpúði
horn	flauta
clutch	kúpling

brake	bremsa
throttle	inngjöf
steering wheel	stýri
petrol	bensín
diesel	dísel
seatbelt	öryggisbelti
indicator	stefnuljós
tyre	dekk
rear trunk	skott
railtrack	lestarspor
ticket vending machine	miðasjálfsali
ticket office	miðasala
subway	neðanjarðarlest
high-speed train	hraðlest
locomotive	eimreið
carriage	lestarvagn
platform	brautarpallur
tram	sporvagn
school bus	skólabíll
minibus	smárúta
fare	fargjald
coach (bus)	rúta
timetable	tímatafla
airport	flugvöllur
gate	hlið

departure	brottför
arrival	koma
customs	tollur
airline	flugfélag
helicopter	þyrla
check-in desk	innritunarborð
carry-on luggage	handfarangur
first class	fyrsta farrými
economy class	almennt farrými
business class	viðskipta farrými
emergency exit (on plane)	neyðarútgangur
aisle	gangur
window (in plane)	gluggi
row	röð
wing	vængur
engine	vél
cockpit	stjórnklefi
life jacket	björgunarvesti
container	gámur
submarine	kafbátur
container ship	flutningaskip
yacht	snekkja
ferry	ferja
harbour	höfn
lifeboat	björgunarbátur

radar	ratsjá
anchor	akkeri
life buoy	björgunarhringur
street light	götuljós
pavement	gangstétt
petrol station	bensínstöð
construction site	byggingarsvæði
speed limit	hámarkshraði
pedestrian crossing	gangbraut
one-way street	einstefnugata
toll	tollur
intersection	gatnamót
traffic jam	umferðarteppa
motorway	hraðbraut
breakdown	bilun
breakdown triangle	öryggis þríhyrningur
tank	skriðdreki
road roller	valtari
excavator	grafa
tractor	dráttarvél
air pump	loftpumpa
chain	keðja
jack	tjakkur
trailer	tengivagn
motor scooter	vespa

cable car	kláfur
guitar	gítar
drums	trommur
keyboard (music)	hljómborð
trumpet	trompet
piano	píanó
violin	fiðla
concert	tónleikar
note (music)	nóta
opera	ópera
orchestra	hljómsveit
rap	rapp
classical music	klassísk tónlist
folk music	þjóðlagatónlist
rock (music)	rokk
pop	popp
jazz	djass
theatre	leikhús
brush (to paint)	pensill
samba	samba
tango	tangó
alphabet	stafróf
novel	skáldsaga
text	texti
heading	fyrirsögn

character	stafur
letter (like a, b, c)	bókstafur
content	efni
photo album	myndaalbúm
comic book	teiknimyndasaga
sports ground	íþróttavöllur
dictionary	orðabók
term	önn
notebook	stílabók
schoolbag	skólataska
geometry	rúmfræði
politics	stjórnmálafræði
philosophy	heimspeki
economics	hagfræði
physical education	íþróttir
biology	líffræði
mathematics	stærðfræði
geography	landafræði
literature	bókmenntir
Arabic	Arabísk
German	Þýska
Japanese	Japanska
Mandarin	Mandarín
Spanish	Spænska
chemistry	efnafræði

physics	eðlisfræði
ruler	reglustika
rubber	strokleður
scissors	skæri
adhesive tape	límband
glue	lím
ball pen	kúlupenni
paperclip	bréfaklemma
100%	eitt hundrað prósent
0%	núll prósent
cubic meter	rúmmetri
square meter	fermetri
mile	míla
meter	metri
centimeter	sentimetri
millimeter	millimetri
sphere	kúla
width	breidd
height	hæð
volume	rúmmál
curve	ferill
angle	horn
straight line	bein lína
pyramid	pýramídi
cube	teningur

rectangle	rétthyrningur
triangle	þríhyrningur
radius	radíus
watt	vatt
ampere	amper
volt	volt
force	kraftur
liter	lítri
milliliter	millilítri
ton	tonn
kilogram	kílógramm
gram	gramm
magnet	segull
microscope	smásjá
funnel	trekt
laboratory	rannsóknarstofa
canteen	mötuneyti
lecture	fyrirlestur
scholarship	námsstyrkur
diploma	prófskirteini
3.4	þrír komma fjórir
3 to the power of 5	þrír í fimmta veldi
4 / 2	fjórir deilt með tveimur
1 + 1 = 2	einn plús einn er sama sem tveir
full stop	punktur

6^3	sex í þriðja veldi
4^2	fjórir í kvaðrat veldi
contact@pinhok.com	contact hjá pinhok punktur com
&	og
/	skástrik
()	svigi
)	hægri svigi
(	vinstri svigi
semicolon	semíkomma
comma	komma
colon	tvípunktur
www.pinhok.com	www punktur pinhok punktur com
underscore	undirstrik
hyphen	bandstrik
3 - 2	þrír mínus tveir
apostrophe	úrfellingarmerki
2 x 3	tveir sinnum þrír
1 + 2	einn plús tveir
exclamation mark	upphrópunarmerki
question mark	spurningarmerki
space	bil
soil	jarðvegur
coal	kol
sand	sandur
clay	leir

rocket	eldflaug
satellite	gervitungl
galaxy	vetrarbraut
asteroid	smástirni
continent	heimsálfa
equator	miðbaugur
stream	straumur
rainforest	regnskógur
cave	hellir
waterfall	foss
shore	fjara
glacier	jökull
earthquake	jarðskjálfti
crater	gígur
volcano	eldfjall
pole	póll
12 °C	tólf gráður á celsíus
0 °C	núll gráður á celsíus
-2 °C	mínus tvær gráður á celsíus
Fahrenheit	Fahrenheit
centigrade	celsíus
tornado	hvirfilbylur
flood	flóð
fog	þoka
rainbow	regnbogi

thunder	þruma
lightning	elding
thunderstorm	þrumuveður
temperature	hitastig
typhoon	fellibylur
hurricane	hvirfilvindur
cloud	ský
sunshine	sólskin
bamboo (plant)	bambus
palm tree	pálmatré
branch	grein
leaf	lauf
root	rót
trunk	bolur
cactus	kaktus
sunflower	sólblóm
seed	fræ
blossom	blómstur
stalk	stilkur
plastic	plast
carbon dioxide	koltvíoxíð
solid	fast efni
fluid	vökvi
atom	atóm
iron	járn

oxygen	súrefni
flip-flops	sandalar
leather shoes	leðurskór
high heels	háir hælar
trainers	strigaskór
raincoat	regnkápa
jeans	gallabuxur
skirt	pils
shorts	stuttbuxur
pantyhose	sokkabuxur
thong	þvengur
panties	nærbuxur
crown	kóróna
tattoo	húðflúr
sunglasses	sólgleraugu
umbrella	regnhlíf
earring	eyrnalokkur
necklace	hálsmen
baseball cap	derhúfa
belt	belti
tie	bindi
knit cap	prjónahúfa
scarf	trefill
glove	hanski
swimsuit	sundbolur

bikini	bikiní
swim trunks	sundbuxur
swim goggles	sundgleraugu
barrette	hárnál
brunette	brúnt
blond	ljóst
bald head	sköllóttur
straight (hair)	slétt
curly	krullað
button	hnappur
zipper	rennilás
sleeve	ermi
collar	kragi
hood	hetta
polyester	pólýester
silk	silki
cotton	bómull
wool	ull
changing room	mátunarklefi
face mask	andlitsmaski
perfume	ilmvatn
tampon	tíðatappi
nail scissors	naglaskæri
nail clipper	naglaklippur
hair gel	hárgel

shower gel	sturtusápa
condom	smokkur
shaver	rakvél
razor	rakvél
sunscreen	sólarvörn
face cream	andlitskrem
brush (for cleaning)	bursti
nail polish	naglalakk
lip gloss	varagloss
nail file	naglaþjöl
foundation	meik
mascara	maskara
eye shadow	augnskuggi
warranty	ábyrgð
bargain	kaup
cash register	búðarkassi
basket	karfa
shopping mall	verslunarmiðstöð
pharmacy	apótek
multi-storey car park	bílastæði
skyscraper	skýjakljúfur
castle	kastali
embassy	sendiráð
synagogue	samkunduhús
temple	hof

factory	verksmiðja
mosque	moska
town hall	ráðhús
post office	pósthús
fountain	gosbrunnur
night club	næturklúbbur
bench	bekkur
golf course	golfvöllur
football stadium	fótboltaleikvangur
swimming pool (building)	sundlaug
tennis court	tennisvöllur
tourist information	upplýsingamiðstöð
casino	spilavíti
art gallery	listagallerí
museum	safn
national park	þjóðgarður
tourist guide	leiðsögumaður
souvenir	minjagripur
alley	sund
dam	stífla
steel	stál
crane	krani
concrete	steypa
scaffolding	vinnupallar
brick	múrsteinn

paint	málning
nail	nagli
screwdriver	skrúfjárn
tape measure	málband
pincers	töng
hammer	hamar
drilling machine	borvél
aquarium	sædýrasafn
water slide	vatnsrennibraut
roller coaster	rússíbani
water park	vatnagarður
zoo	dýragarður
playground	leikvöllur
slide	rennibraut
swing	róla
sandbox	sandkassi
helmet	hjálmur
uniform	einkennisbúningur
fire (emergency)	eldur
emergency exit (in building)	neyðarútgangur
fire alarm	brunabjalla
fire extinguisher	slökkvitæki
police station	lögreglustöð
state	fylki
region	umdæmi

capital	höfuðborg
visitor	gestur
emergency room	bráðamóttaka
intensive care unit	gjörgæsludeild
outpatient	göngudeild
waiting room	biðstofa
aspirin	aspirín
sleeping pill	svefnpilla
expiry date	rennur út
dosage	skammtur
cough syrup	hóstasaft
side effect	aukaverkanir
insulin	insúlín
powder	duft
capsule	hylki
vitamin	vítamín
syringe (medicine)	sprauta
infusion	innrennslislyf
painkiller	verkjalyf
antibiotics	sýklalyf
inhaler	innöndunartæki
bacterium	baktería
virus	veira
heart attack	hjartaáfall
diarrhea	niðurgangur

diabetes	sykursýki
stroke	heilablóðfall
asthma	astma
cancer	krabbamein
nausea	ógleði
flu	flensa
toothache	tannpína
sunburn	sólbruni
poisoning	eitrun
sore throat	hálsbólga
hay fever	heymæði
stomach ache	magaverkur
infection	sýking
allergy	ofnæmi
cramp	krampi
nosebleed	blóðnasir
headache	höfuðverkur
spray	úði
syringe (tool)	sprauta
needle	nál
dental brace	spangir
crutch	hækja
X-ray photograph	röntgenmynd
ultrasound machine	ómskoðunarvél
plaster	plástur

bandage	sáraumbúðir
wheelchair	hjólastóll
blood test	blóðprufa
cast	gifs
fever thermometer	hitamælir
breathing	öndun
pulse	púls
injury	meiðsl
emergency	neyðartilfelli
concussion	heilahristingur
suture	saumur
burn	bruni
fracture	beinbrot
meditation	hugleiðsla
massage	nudd
birth control pill	getnaðarvarnarpilla
pregnancy test	þungunarpróf
tax	skattur
meeting room	fundarherbergi
business card	nafnspjald
IT	upplýsingatækni
human resources	starfsmannadeild
legal department	lögfræðideild
accounting	bókhald
marketing	markaðssetning

1901 - 1925

sales	sala
colleague	samstarfsmaður
employer	vinnuveitandi
employee	starfsmaður
note (information)	glósur
presentation	kynning
folder (physical)	mappa
rubber stamp	stimpill
projector	skjávarpi
text message	textaskilaboð
parcel	pakki
stamp	frímerki
envelope	umslag
prime minister	forsætisráðherra
pharmacist	lyfjafræðingur
firefighter	slökkviliðsmaður
dentist	tannlæknir
entrepreneur	frumkvöðull
politician	stjórnmálamaður
programmer	forritari
stewardess	flugfreyja
scientist	vísindamaður
kindergarten teacher	leikskólakennari
architect	arkitekt
accountant	endurskoðandi

consultant	ráðgjafi
prosecutor	saksóknari
general manager	framkvæmdastjóri
bodyguard	lífvörður
landlord	leigusali
conductor	stjórnandi
waiter	þjónn
security guard	öryggisvörður
soldier	hermaður
fisherman	sjómaður
cleaner	ræstitæknir
plumber	pípulagningamaður
electrician	rafvirki
farmer	bóndi
receptionist	móttökuritari
postman	póstmaður
cashier	gjaldkeri
hairdresser	hárgreiðslumaður
author	höfundur
journalist	blaðamaður
photographer	ljósmyndari
thief	þjófur
lifeguard	lífvörður
singer	söngvari
musician	tónlistarmaður

1951 - 1975

actor	leikari
reporter	fréttamaður
coach (sport)	þjálfari
referee	dómari
folder (computer)	mappa
browser	vafri
network	netkerfi
smartphone	snjallsími
earphone	heyrnartól
mouse (computer)	mús
keyboard (computer)	lyklaborð
hard drive	harður diskur
USB stick	USB kubbur
scanner	skanni
printer	prentari
screen (computer)	skjár
laptop	fartölva
fingerprint	fingrafar
suspect	grunaður
prison cell	fangaklefi
defendant	ákærði
investment	fjárfesting
stock exchange	kauphöll
share	hlutabréf
dividend	arður

pound	pund
euro	evra
yen	jen
yuan	yuan
dollar	dollari
note (money)	seðill
coin	smápeningur
interest	vextir
loan	lán
account number	reikningsnúmer
bank account	bankareikningur
world record	heimsmet
stopwatch	skeiðklukka
medal	verðlaunapeningur
cup (trophy)	bikar
robot	vélmenni
cable	kapall
plug	kló
loudspeaker	hátalari
vase	vasi
lighter	kveikjari
package	pakki
tin	dós
water bottle	vatnsflaska
candle	kerti

Made in the USA
Middletown, DE
07 December 2017